KUM'MAWA KWA EDENI

Kukhala mu mthuzi wa Munda:
Phunziro la Genesis 4:16

LOLEMBEDWA NDI:
F. WAYNE MAC LEOD

LIGHT TO MY PATH BOOK DISTRIBUTION
Sydney Mines, Nova Scotia, CANADA B1V 1Y5

LOTANTHAUZIRIDWA M'CHICHEWA NDI:

Brother Francis Ananda Chipukunya
Going Home Africa Ministries
P. O. Box 280, Liwonde, Malawi
EMAIL:mchikkwawa@yahoo. com

Kum'mawa Kwa Edeni
Kulembedwa koyamba m'chingerezi m'chake cha 2009 ndi F. Wayne Kutanthauzidwa m'Chichewa mwezi wa March 2022

Chilolezo ndi cha eni ake a bukuli. Buku lino lisagwiritsidwe ntchito mwa njira ina iliyonse popanda chilolezo cha eni ake omwe ndi a Light To My Path Book Distribution a ku Canada.

Pokha-pokha ngati zaonetsedwa, mawu onse a Mulungu m'buku lino anatengedwa m'Buku Lopatulika la English Standard Version (ESV) la chaka cha 2001 ndi 2007, lolembedwa ndi a Crossway, omwe ndi utumiki wa zolembalemba wa Good News Publishers . Malamulo onse anatsatidwa.

Ulemu wa padera upite kwa anthu awa omwe adawerenga bukuli m'chingerezi koyamba ndi kundithandiza kuti likhale m'mene lililimu: Diane Mac Leod, Pat Schmid Mac Leod

ZAMKATIMU

MAWU OYAMBA 5

1 - CHIYAMBI NDI NKHANI ZINA 7

2 - KAINI 13

3 - KUTHAWA KWA KAINI 19

4. - KUPEZEKA KWA MULUNGU 27

5 - KUKAKHALA KU M'DZIKO LA NODI 33

6 - KUMAWA KWA MUNDA WA EDENI 39

7 - KUKHALA CHIDZALO CHA EDENI 45

Light To My Path Book Distribution 51

MAWU OYAMBA

Lino ndi phunziro la Genesis 4:16 mwachidule. Pamene Mulungu adandiuza kuti ndalembe buku pa vesi limeneri, ine ndinalibe chiyembekezo kuti ndilemba chiyani chifukwa izi zidali zodzidzimutsa ndipo ine sindidazitenge ndi cholinga chokwanira mu mtima mwanga. Pamene ndidatenga kanthawi ndi kulingalira za ichi, Mulungu adandionetsa ubwino ndi kufunikira kwake koti ine ndilembe zimenezi.

Mum'njira zambiri, nkhani ya Kaini yomwe ili pa Genesis 4:16, ndi nkhani yathunso. Ndi nkhani ya munthu kuukira ndi kuthawa pamaso pa Mulungu. Pamene tikuona Kaini akuthawa pa maso pa Mulungu, ife timadziwa mayesero athu ngati tithawa pa maso pa Mulungu. Ife timadziwa mmene timazuzikira ndi zochititsa kaso za dziko lapansili ndi mtima wathu wochimwawu.

Komatu vesili ndi lalikulu koposa nkhani ya kuukira kwa Kaini. Ili ndi vumbulutso la mtima wa Mulungu pa anthu ake. Ife tadalengedwa kuti tidzakhale mu Edeni (Paradizo). Pamene tchimo lidatilanda mwayi ndi chidzalo cha Edeni, Yesu Khrisitu, Ambuye athu adabwezeretsa mwayiwu kudzera mwa ifa ndi kudzuka kwake m'malo mwathu. Madalitso ndi mwayi wa Edeni udaperekedwanso kwa onse amene adalandira chikhululukiro chimene chidaperekedwa kudzera mwa Ambuye wathu Yesu Khrisitu.

Kodi tidzatsekula mitima yathu kuti tikaone mwa tsopano chimeme adatikonsera kuyambira pa chiyambi? Kodi tidzafika pamene pali Mulungu ndi kudzaphunzira kukondwera mwa Iye ndi mu zeni-zeni za yemwe Iye ali? Ndikukhulupirira kuti phunziro la chidule lino lidzapangitsa owerengayo kuti akafufuze moyo wake mwatsopano. Pemphero langa ndi lokuti phunziro lino likamutakase owerengayo kuti akayambenso kukhala m'moyo wa chimwemwe ndi odalitsika chifukwa cha kupezeka kwa Mulungu, komaso muchidzalo chake.

Mulungu akudalitseni pamene mukuchita phunziro lino.

F. Wayne Mac Leod

1 - CHIYAMBI NDI NKHANI ZINA

"Ndipo Kaini adachoka pa maso pa Mulungu nakakhala m'dziko la Nodi, ku m'mawa kwa Edeni (Genesis 4:16)"

Pamene tikuyamba phunziro lathu la Genesis 4:16, ndi chinthu chofunikira kwambiri kuti tiganizire mmene nkhani zake ziliriri. Pali zinthu zomwe zidachitkika kuti tifike pa vesiri. Tatiyeni titatenga kanthawi kuti tione zimenezi.

Kaini adali mwana wa mamuna woyamba wa Adamu ndi Hava, omwe ndi anthu oyamba kulengedwa ndi Mulungu. Ife tikudziwa za nkhani ya Adamu ndi Hava ndi mmene chifukwa cha tchimo Mulungu adawathamangitsa m'munda wa Edeni. Kaini adali mwana woyamba wa Adamu ndi Hava. Pamene tchimo lidalowa m'dziko la pansi, zinthu zonse zidakhala za tsopano. Dziko lapansi limene Kaini adabadwiramo, ngakhale lidali lotembereredwa ndi tchimo, ilo lidali lisadaone kukula kwa themberero limene lidzagwere mibadyo yakutsogolo. Mayiko sadali pa nkhondo ndi mayiko ena. Zipembedzo za chikunja kudali kukadalibe. Dziko lapansi lidali lisadaone kuphana, kugwirirana ndi zipolowe pakati pa munthu ndi mzake. Monga iye mwana woyamba wa Adamu ndi Hava, Kaini adavumbulutsa ku dziko kuti kodi kuipa kwa tchimo kudzakhala kotani kwa mibadyo yakutsogolo.

Genesis 4, akukambanso za nkhani ya kubadwa kwa Abele, m'ng'ono wake wa Kaini, yemwe ndi mwana wa chiwiri wa Adamu ndi Hava. Pamene adali kukula, anyamatawa ankagwira ntchito zosiyana-siyana. Kaini adali mlimi yemwe ankalima nthaka ndi kumakolola zipatso. Abele ankaweta nkhosa. Ntchito izi zonse zidali zolemekezeka.

Nthawi inakwana yoti Kaini ndi Abele apereke nsembe kwa Mulungu. Kaini, monga iye mlimi adabweretsa chopereka cha "Zipatso za pa nthaka" pamene Abele monga woweta nkhosa, adabweretsa nsembe ya "mwana wa nkhosa woyamba" kuchokera pa gulu la nkhosa zake. Anyamatawa adabweretsa zimene adali nazo monga nsembe kwa Mulungu. Izi zonse zidali nsembe zovomerezeka malingana ndi malamulo operekera nsembe kwa Mulungu pa nthawiyo.

Komabe pa Genesis 4:4-5, tawerenga kuti Mulunga adalandira ndi kuvomera nsembe ya Abele, ndipo adayikana nsembe ya Kaini. Ife sitidauzidwe kuti kodi ichi anyamatawa adachilandira motani, koma tikuona payera pano kuti nsembe ya Kaini idakanidwa ndi Mulungu. Pali maganizo ambiri amene anthu timenena kuti ndi chifukwa chimene Mulungu sadavomerere nsembe ya Kaini. Ena amakhulupirira kuti mwina chidali chifukwa cha nsembe yomwe Kaini adabweretsa. Ena amakhulupirira kuti Kaini adayenera kubweretsa nsembe ya nyama monga momwe Abele adachitira, vuto ndi kutanthauzira uku ndi lakuti anthu a Mulungu adalamulidwanso kumabweretsa zowundukula za mbewu zawo ngati nsembe kwa Mulungu (Eksodo 23:19; Levitiko 2:14; Levitiko 23:10). Zowundukula za kumunda idali nsembe yovomerezeka kwa Mulungu. Ichi tsopano chikutilondolera ife kuti tikathe kukhulupirira kuti payenera kukhala chifukwa china chimene Mulungu adakanira nsembe ya Kaini.

Sitikuyeneranso kuti tichite kuyang'ana yankho pano, tatiyeni tione Genesis 4:5:

Vesi 5 ikuti "Ndipo Mulungu adalibe naye ntchito Kaini pamodzi ndi nsembe yake, ndipo Kaini adali wokwiya, kotero nkhope yake idagwa pansi"

Taonani pano kuti Genesis 4:5 akutiuza kuti Mulungu adalibe naye ntchito Kaini pamodzi ndi nsembe yake. Izi zikutiuza pano kuti nkhani siyidali chopereka chokha ayi, komanso mwini choperekayo yemwe ndi Kaini. Pamene Kaini adaona kuti Mulungu walandira nsembe ya Abele, ndipo wakana nsembe yake, Kaini "*Adakwiya kwambiri*" ndipo nkhope yake inagwa pansi. Zoona zake, chinthu ichi chidafika poipa ndipo Mulungu adayankhula ndi Kaini zokhudza chikhalidwe chake, ndi kumuchenjeza kuti tchimo likumuzemberera

Mtima wa Kaini udasanduka nthaka ya chonde yoti tchimo ndi choipa zikulirepo bwino. Chilungamo choti Kaini "*adakwiya kwambiri*" ndi m'bale wake zikutionetsa kuti mtima wa Kaini sudali bwino ndi Mulungu, kapena m'bale wake Abele. Pamene nsembe yake idakanidwa, ichi chikadamupatsa chifukwa chokwanira chomufunsa Mulungu kuti kodi ndi chifukwa chiyani adakana nsembe yake. Kaini akanatha kulapa ndi kubwezeretsedwa ku chiyanjano ndi Mulungu.

Atangopereka nsembe yake Kaini, Mulungu adamuchenjeza kuti tchimo likumuzemberera. Mulungu adaona mkati mwa mtima wa Kaini ndi kuona kuti uli ngati nyanja yomwe yatsala pang'ono kusweka. Mulungu adamuuza Kaini kuti wayenera kusamala tchimo lisadasweka mwa iye. Koma Kaini sanamvere. Pa vesi lotsaira muwerenga kuti Kaini adayimirira ndi kupha Abele chifukwa cha nsanje chabe, ndipo iye adanama kwa Mulungu pa zimene adachita.

Kodi zomwe zidachitikazi, zikutivumbulutsira chiyani zokhudza mtima wa Kaini? Iye adabwera kwa Mulungu ndi mtima wa nsanje ndi wowawidwa. Udali mtima woipa kwa Mulungu, kapena woti sungathe kumuvera Mulungu. Udali mtima wodzaza ndi tchimo ndi upandu. Udali mtima wa kupha. Kodi tikuganiza kuti Mulungu samayang'ana nsembe za anyamatawo kapena? Mwina mwake Iye amayang'ana mitima ya anyamata awiri a pachibale omwe adabwerea kudzapereka nsembe pa tsikuli. Ayenera kuti Mulungu adakana Kaini pamodzi ndi nsembe chifukwa cha chikhalidwe chake cha uchimo, nsanje ndi upandu.

Zochita za Kaini pa tsikuli, ngakhale adalandira chenjezo kuchokera kwa Mulungu, zinamubweretsera temberero ps moyo wake. Pa Genesis 4:11, timawerenga kuti Mulungu adatemberera nthaka imene Kaini ankalima ndi kumuuza kuti sidzamuberekeranso zokolola zochuluka monga kale. Adamuuzanso kuti adzakhala wothawa-thawa ndi woyenda-yenda pa dziko lonse la pansi, ndipo adzalephera kukhazikika malo amodzi. Pamene Mulungu adachotsa dalitso lake pa Kaini, chisomo chake chidalipobe pa moyo wa Kaini. Mulungu adaika chizindikiro pa Kaini, kuti akamuteteze kwa munthu wina aliyense amene adzafuna ku mupha. Kaini adathawa m'dera la Edeni, adapeza mkazi ndipo adali ndi khomo. Ngakhale Mulungu adamupatsa Kaini mwayi umenewu, koma Kaini adakhala moyo wake onse wolekanitsidwa ndi banja la makolo ake ndi "*Kuthawa pa maso pa Mulungu* "(Genesis 4:16).

Nkhani ya Genesis 4:16 ikumbulutsa kuipa kwa tchimo pa moyo wa Kaini. Iye adalimbana ndi maganizo a nsanje, upandu ndi kupha mu mtima mwake. Mulungu adamuchenjeza Kaini pamene adakana nsembe yake. Mulungu adamuchenjeza Kaini maso ndi maso pamene adamuuza kuti tchimo likumuzemberera, koma Kaini sanamvera machenjezo a Mulungu. Komabe Kaini adaumutsa mtima wake ndipo adadzipereka ku zilako-lako za uchimo. Zotsatira zake sidali imfa ya Abele yekha, komaso kulekanitsidwa pa kati pa iye ndi Mulungu.

Zoyenera Kuziganizira mwapadera:

- Kodi zotsatira za tchimo zidali chiyani pa dziko lapansi maka-maka kwa Kaini? Kodi mukuona mbewu ya ichi m'moyo mwanu?
- Kodi chikhalidwe chathu ndi chofunikira motani pamene tikupita kokapembedza Mulungu?
- Kodi Kaini adaonetsa motani kusadzichepetsa ndi kusafuna kwake kuti avere Mulungu ndi machenjezo

ake? Kodi Kaini akanatha kuchita mwa mtundu wina motani?

- Kodi pano taphunzira zotani zokhudza tchimo ndi mmene limafikira pa ife? Kodi Mulungu amatichenjeza motani lero lino zokhudza tchimo?

- Kodi mukuona umboni wotani kuti padali chisomo pa moyo wa Kaini ngakhale iye anavutika ndi zotsatira za upandu wake?

- Kodi mudayamba mwaonapo chisomo cha Mulungu pamene mwamuchitira zoipa? Fotokozani.

Zoyenera Kuzipempherera:

- Mpempheni Mulungu kuti akupatseni chigonjetso pa ntchimo limene kukuzembererani ndi cholinga choti likugonjetseni. Kodi ndi machimo ati amene akuzemberera inu?

- Mpempheni Mulungu kuti aphwanye upandu wonse m'moyo wanu umene ungapangitse inu kuti musayende mumkumvera Mulungu ku cholinga cha moyo wanu.

- Mpempheni Mulungu kuti ayeneretse mtima wanu ku mtundu wonse wa nsanje, kuwawidwa moyo ndi kupsa mtima.

- Kodi pali m'bale kapena m'longo amene mukufuna mutamukhululukira? Mpempheni Mulungu kuti a phwanye malingaliro onse ochimwa mu mtima mwanu pa m'bale kapena m'longo wanuyo.

2 - KAINI

Ndipo Kaini... (Genesis 4:16)

Mu chaputala chakalechi taona nkhani ya Genesis 4:16. Mu chaputala chino tiona za dzina loti *"Kaini ndi tanthauzo lake."* Tawerenga pa Genesis 4:1 zokhudza mmene Kaini mwana woyamba wa Adamu ndi Hava adalandirira dzina lake:

Adamu adamudziwa Hava mkazi wake, kotero Hava anatenga pathupo, nabereka mwana dzina lake Kaini nati "Ndabereka mwana wa mamuna ndi thandizo la Mulungu"

Kuchokera pa Genesis 4:1 tikuona chifukwa chimene Hava adatchera mwana wake woyamba dzina loti *"Kaini." Tauzidwa pa vesi limeneri ndi chifukwa choti Hava adati "ndapeza mamuna ndi chithandizo cha Mulungu."* Lembo limeneri tingalimvetse bwino titaona komwe lidachokera kumene ndi kuchiyankhulo cha chiheberi. Mawu omwe atanthauzidwa kuti *"peza"* pa Genesis 4:1 ndi mawu a chiheberi "qanah," kutanthauza kugula, kupeza kapena kukhala nacho. Mawu a chiheberi a dzina la Kaini ndi "qayin." Taonani kufanana kwa mawu awiri amenewa. Hava adatcha mwana wake wa mamuna dzina loti "qayin" chifukwa adali "qanah" kuchokera kwa Mulungu.

Apa pali kumverera kwa chikondi cha mayi pa mwana pa dzina loti Kaini. Mwana ameneyu adali *"chuma cha mtengo wapatali"* choperekedwa kwa Hava (Genesis 4:1). Moyo wachichepere umene uli m'manja mwake waperekedwa kwa iye ndi Mulungu yemwe adamuchimwira. Ichi chidali chizindikiro cha Mulungu kudalitsa Hava ngakhale adamuukira m'munda mwa Edeni.

Pamene Kaini chidali chuma kwa Hava, koma Hava adazindikira kuti Kaini wachokera kwa Mulungu. Iye ndi mamuna wake Adamu, adali atathamangitsidwa m'munda wa Edeni chifukwa cha kuchimwa kwawo. Munda uwu adapatsidwanso ngati cholowa chawo. Kwa nthawi yayitali adali ndi chimwemwe ndi zipatso za m'munda wa Edeni, koma chifukwa cha tchimo, mundawu adatengedwa kuchoka kwa iwo. Hava ankadziwa kuti palibe chimene chili chake, ndipo kuti chili chonse chimene ali nacho ndi cha Mulungu. Hava adziwa kuti ndi wosamalira chabe chimene chaperekedwa kwa iye kuchokera kwa Mulungu.

Dzina la Kaini ndi lofunika. Tikutionetsa kuti sadali wa iye mwini yekha. Chidali cholowa kuchokera kwa Mulungu, kupita kwa mayi ndi bambo ngati mphatso kuti ayikonde ndi kuyilera. Monga cholowa kuchokera kwa Mulungu, Hava adali wokakamizidwa kusamalira Kaini monga amafunira Mulungu monga mwini ndi amene adapereka Kaini kwa Adamu ndi Hava.

Pamene Mtumwi Paulo adalemba kwa Akorinto pa 1 Akorinto 6:19-20 anati:

Kodi mukudziwa kuti thupi lanu ndi kachisi wa Mzimu Woyera amene mudamulandira kuchokera kwa Mulungu? Simuli a inu nokha. chifukwa mudagulidwa ndi mtengo wapatali. Chotero lemekezani Mulungu ndi moyo wanu. (1 Akorinto 6:19-20)

Taonani chimene Mtumwi Paulo adawauza anthu a ku Akorinto. Iye adawauza kuti sali a iwo okha, koma kuti ali a kachisi a Mzimu Woyera. Iwo adagulidwa ndi Yesu Khrisitu Ambuye athu ngati cholowa chake.

Monga ife cholowa cha Yesu, anthu a Mulungu akukamizidwa kukhala a Iye amene ali mwini wawo. Pa 1 Akorinto 6:20, Mtumwi Paulo adawauza kuti chifukwa matupi awo ali cholowa cha Mzimu Woyera, iwo ayenera kulemekeza Mulungu ndi matupi awo.

Dzina la Kaini limamukumbutsa Hava kuti Kaini siwake yekha koma wa Mulungu. Hava adali ndi chimene adakakamizidwa kuchita pa Kaini chifukwa adali cholowa cha Mulungu, ndi cholinga choti alemekeze dzina la Ambuye ndi Mphuzitsi wake.

Kodi chili chophweka motani kwa ife kuti tikayiwale kuti monga akhrisitu, ndife a Mulungu? Timakhala miyoyo yathu osakhudzika ndi chimene Mulungu amayembekezera mwa ife. Kaini akutikumbutsa ife kuti ndife cholowa cha Mulungu. Kodi tili wokozeka kukhale ndi chilungamo ichi pa tsogolo pathu? Kodi tipereka zosangalatsa zathu zonse kuti tisake chifuniro cha Mulungu? Kodi tipereka mapulani athu ndi kuyamba kutsatira mapulani a Mulungu?

Mu dziko ili, anthu tsopano asankha kukhala pa kudziimira pa okha ndi pa ufulu wawo. Moyo wathu wachoka pa Mulungu ndikupita pa zolinga ndi zofuna m'miyoyo yawo. Kodi sichinthu chosangalatsa kuti mwana woyamba kubadwa amene pa dziko la pansi pano anatenga kudzera mu dzina chikumbutso choti adali wa Mulungu? Kodi ichi sichikumbutsonso kwa ife kuti tinalengedwa kuti tidzakhale ake a Mulungu? Iyi sifundo yodziwika kwamniri masiku ano, koma ndi fundo yoti tayenera kumakumbutsidwa nthawi ndi nthawi. Pokha-pokha titazindikira kuti tinslengedwa ndi Mulungu monga anthu ake, sitidzaona chidzalo chimene Mulungu ali nacho paife.

Mtumwi Paulo anakumbutsa khulupirira a ku Rome pa Aroma 11:36 kuti:

Kwa Iye, kudzera mwa Iye ndi kwa Iye kuli zinthu zonse. Kwa Iye kukhale ulemerero wa muyaya ! Amen

Pamene Mtumwi Paulo amalemba kwa Akolose pa Akolose 1:15-18 anati:

Iye ndi chifaniziro cha Mulungu osaoneka ndi maso, chilengedwa choyamba cha Mulungu. Kudzera mwa iye zinthu zonse zinalengedwa, Kumwamba ndi dziko lapansi, zooneka ndi zosaoneka, kaya ma ufumu, kapena ma ulamuliriro, kapena mphamvu-Zinthu zonse zidalengedwa kudzera mwa iye, ndipo ndi za iye.

Taonani pa zomwe talemba pamwambapa kuti Mulungu ndi mulengi wa zinthu zonse ndipo zinthu zonse zidalengedwa kuti zikhale zake. Izi zikutanthauza kuti tinalengedwa kuti tikhale a Mulungu. Ife tinabadwa chifukwa cha ulemerero wake kuti tikamutumikire pa zolinga zanu zonse. Ngati tikufuna kuti tikakhale moyo wathu wonse mwa chidzalo, tayenekera kuti tikadziwa kuti ndife a Mulungu, ndipo kuti chimwemwe ndi kukwaniritsidwa m'moyo udzabwera pokha-pokha titapereka moyo kwa Mulungu ndi zolinga zake. Monga cholowa cha Mulungu, cholinga chachikulu m'moyo wa Kaini chidali kubweretsa ulemerero kwa. Ichi chayeneranso kukhala cholinga ndi chikhumbo-khumbo m'moyo mwathu.

Zoyenera Kuziganizira mwapadera:

- Kodi ndi chifukwa chiyani Hava adatcha mwana wake woyamba dzina loti *"Kaini?"*
- Kodi dzina loti Kaini likutanthauza chiyani? Kodi limatanthauza chiyani kwa iye?
- Kodi zikutanthauza chiyani kunena kuti ndife ake a Mulungu? Kodi izi zikutukakamiza kuchita chiyani?
- Kodi pali madalitso otani mukakhala ake a Mulungu?
- Tengani kanthawi ndi kuzukuta moyo wanu. Kodi mmene mukukhalira moyo zikumbulutsa kuti *"sindife a eni tokha ?"* Kodi pali magawo ena a moyo wathu amene ayenera tigonjere kwa Mulungu.? Kodi magawo amenewa ndi atiwo?

Zoyenera Kuzipempherera:

- Zikomo kwambiri Ambuye, kuti monga ine cholowa chanu, ndine wokhala ndi chikhulupiriro kuti mumandisamala ndi kupenzera zosowa zanga
- Mpempheni Mulungu kuti avumbulutse chinthu chimene musanachipereke mogonja kwa Mulungu.
- Mpempheni Mulungu kuti akuthandizeni kuti mukakhale tsiku ndi tsiku ozindikira kuti ndi Mulungu wathu ndipo ndife ake.

3 - KUTHAWA KWA KAINI

Ndipo Kaini anathawa . . . (Genesis 4:16)

Pachiyambi cha phunziro lino tafufuza chiyambi cha nkhani za pa Genesis 4:16. Pamenepa taona mmene Kaini ali wodzazidwa ndi nsanje ndi mkwiyo, adapha m'bale wake ngakhale adalandira chenjezo kuchokera kwa Mulungu kumuuza kuti tchimo likumusaka iye. Chikanakhala chinthu cha pafupi pano kuti tikhazikike ps tchimo la kupha, komatu ili sitchimo lokhalo limene Kaini adachita.

Tchimo la Kaini lidayambira mu mtima mwake. Ngakhale pamene amabweretsa nsembe kwa Mulungu, padali pali mbewu ya nsanje ndi mkwiyo kale ikukhala mu mtima mwake. Ichi chikuonekeratu poyera pamene nsembe yake idakanidwa nid Mulungu. Mulungu adakana nsembe ya Kaini chifukwa simachokera kwa munthu amene mtima wake udali pa ubale wabwino ndi lye.

Nsembe yokanidwayi idali ngati chenjezo lochokera kwa Mulungu kupita kwa Kaini. Iyi ikutionetsa kuti zinthu sizidali bwino pakati pa Kaini ndi Mulengi wake. Ichi chikanatha kupangitsa Kaini kuti adzichepetse ndi kuyamba kusaka Mulungu, koma Kaini sadachite izi.

Kuchokera pa Genesis mpakana pa Chivumbulutso, Mulungu akuchenjeza anthu mu mnjira zosiyana-siyana. Pa Amosi 4:7, Mulungu anachenjeza anthu poletsa mvula kuti isagwe:

Ndaletsanso mvula kuti isagwe pamene kwatsala miyezi itatu kuti muyambe kukolola; ndikanatha kutumiza mvula pa mzinda umodzi, ndi kusatumiza mvula pa mzinda wina. Munda wina ukanatha kukhala ndi mvula, ndipo munda umene ukanakhala wopanda mvula mbewu zikanauma.

M'masiku a mneneri Hoseya, Mulungu adayankhula ndi anthu ake kudzera mu nthaka ndi zinyama:

M'dziko lanu muli kulumbira kwa bodza, kunama, kupha, kuba ndi kuchita chigololo; anthu akuphwanya malamulo anga onse ndipo akuphana mwa chisawawa. Choncho dziko langa likulira, ndipo anthu onse amene akukhala mu ilo akulira, komaso zinyama za kutchire ndi mbalame za mulengalenga, ngakhalenso nsomba za mnyanja zonse zatengedwapo.
(Hoseya 4:2-3)

Zinthu zimene zafotokozeredwa mwachimvekere pa Amosi ndi Hoseya zidali njira zimene Mulungu adaunzira anthu ake kuti zinthu siziri bwino. Mzinda wina kulandira mdalitso wa mvula pamene wina ayi. Munda umodzi kulandira mvula pamene munda wina kumauma chifukwa chosowa mvula ndipo mbewu ndi kumauma. Izi zikanatha kupangitsa anthu a Mulungu kukhala wodabwa kuti kodi chikuchitika ndi chiyani. Machenjezo awa adali cholinga cha Mulungu kuti aone mitima ya anthu ake.

Mwanjira yomweyenso, Mulungu adachenjeza Kaini maso ndi maso pamene adamuyankhula. Tamverani chimene Mulungu adamuyankhula Kaini pa Genesi 4:6-7:

Mulungu anati kwa Kaini "Kodi chifukwa chiyani uli wokwiya, ndipo chifukwa chiyani nkhope yako yagwa? Kodi ukanachita bwino, sukanalandiridwa iye pamodzi ndi nsembe yako? Ndipo ngati suchita bwino, tchimo likuzemberera ndi cholinga chokuononga, koma uyenera uligonjetse"

Mulungu adaneneratu poyera kwa Kaini kuti chifukwa chimene adakanira nsembe yake ndi chakuti "*iye sadachite bwino.*" Panali chotchinga chimene Kaini adayenera kuchigonjetsa asanakapereke nsembe kwa Mulungu kuti ikalandiridwe. Mulungu adachenjeza kuti tchimo likuzemberera ndi cholinga choti limugonjetse. Chithunzi-thunzi pano chili ngati mkango kumazemberera nyama ina kuti uyigwire. Mulungu adamuuziratu Kaini kuti muli ngozi mnjira imene akudutsamo. Mulungu adamuuziratu Kaini kuti mkango uli wokozeka kale kutsogolo kwake mnjira imene akudutsamo ndi cholinga choti umugwire ndi kumagonjetsa.

Kaini adamva ndithu machenjezo awa, koma m'malo modzichepetsa, iye adasankhabe kuyenda mnjira ya chionongeko yomwe anasankha kuyendamo. Kaini adadzipereka ku mkwiyo wake ndipo anapha m'bale wake Abele. Iye adali wochimwa osati ku tchimo la kupha lokha ayi, komaso kumachimo okana Mulungu ndi kulephera kugonjetsa tchimola mtima wake. M'malo molapa tchimo lake, Kaini adasankha kupha m'bale wake ndi kudzipereka ku tchimo la kupha.

Pamene Mulungu adamufusa Kaini za kumene m'bale wake ali, Kaini adamuyankha Mulungu kuti iye sakudziwa chifukwa sadali mulonda wa m'bale wake (Genesis 4:9). Taonani zinthu ziwiri pamenepa:Onani poyamba kuti Kaini adakana udindo wina uliwonse pa m'bale wake ndipo adaonetsa kusakhudzika ndi zikhudza m'bale wake. Mawu akuti "sindine mulonda wa m'bale wanga" akutionetsa kupanda ubale pakati pa iwe ndi Abele. Kaini adalola kuti zinthu zoipa zibwerepo pakati pa iye ndi Abele. Yesu akanakhala ndi chinthu chonenapo apa, pamene Iye pa Mateyo 5:23-24 anati:

> Choncho pamene ufuna kuti upereka mphatso yako yachopereka kuguwa la nsembe ndipo wakumbukira mangawa amene uli nawo ndi m'bale wako, chisiye choperekacho kuguwa la nsembe ndipo pita ukayambe wayanjana naye m'bale wakoyo, ndipo ubwere udzapereke nsembe yako ya chopereka.

Chikhalidwe choipa cha Kaini pa m'bale wake chidatchinga ubale wake ndi Mulungu. Kodi adamuda Kaini chifukwa chophwanya ubale umenewu.

Tikuphunzira pano kuchokera pa Genesi 4:9 kuti Kaini adanama kwa Mulungu. Iye adauza Mulungu kuti sakudziwa kumene m'bale wake ali. Zinthu zonga izi zidachitikanso pa Machitidwe 5 pamene Ananiya ndi mkazi wake Safira anagulitsa munda wawo, anasungako gawo la ndalama zomwe adapeza ndi kukapereka zina zonse ku kachisi. Iwo adauza mpingo kuti apereka ndalama zonse zimene anapeza atagulitsa munda wawo. Koma Mzimu Woyera udaulula zonse kwa Mtumwi Petulo amene adadzudzula Ananiya chifukwa chonama kwa Mzima Woyera (Machitidwe 5:3). Pamene Ananiya adamva ichi, iye adagwa pansi ndi kumwalira pomwepo. Kupanda ulemu kwake pa kunama kwa Mulungu zidamubweretsera chilango chachikulu kwambiri. Mkazi wakenso adakumana ndi zomwezonso.

Osangoti Kaini adapangitsa kuti pabwere zinthu zoipa pakati pa iye ndi Abele, komaso izi zidaonetsa kupanda ulemu kwake ponama poyera kwa Mulungu. Kupanda ulemu uku kunamutengera ku imfa monga momwe zidachitikira Ananiya mchipangano cha tsopano. Ichi sichinapita chopanda chilango pa moyo wa Kaini.

Monga ngati zotsatira pa upandu ndi kukana kumvera Mulungu ndi kusadzichepetsa kwake kwa Kaini, Mulungu anatemberera nthaka kuti *"sidzaberekanso zipatso zochuluka"* kwa Kaini (Genesis 4:12). Mulungu adamuuza Kaini kuti adzakhala wothawa-thawa ndi woyenda-yenda pa dziko lonse lapansi. Koma yankho lake la Kaini pa chilango chimenechi lidali lodabwitsa. Tatiyeni tione zimene Kaini adanena pa Genesi 4:13-14:

Ndipo Kaini adati kwa Mulungu "Chilango changa ndi chachikulu, chomwe sindikhathe kuchinyamula. Taonani mwandithamangitsa ine lero kuchoka pa nthaka, komaso pa maso panu, ndipo ndidzakhala woyendayenda ndi wothawa thawa pa dziko, ndipo kuti amene akandifuna ine adzandipha.
"

Ma vesi amenewa akutivumbulutsira chinthu china chake chokhudza Kaini. Tatiyeni tione zimene Kaini anayankhula pano:

- Chilango changa ndi chachikulu choti sindingathe kuchinyamula.

- Mwandithamangitsa pa nthaka yanu.
- Mwabisa madalitso anu pa ine.
- Ndipo ndidzakhala wothawa-thawa ndi woyenda-yenda pa dziko lonse.
- Ndipo amene adzandipeza ine adzandipha.

Taona kubwereza-bwereza pamenep kwa mwau oti *"Ine"* ndi *"ine."* Chidandaulo chake pamene Kaini chili pa iye mwini, poona zokhuma zimene adzakumane nazo ndi adani amene ayenera kudzalimbana nawo. Iyi sakuonetsa chithunzi-thunzi chodzipetsa pamaso pa Mulungu. Iye sakusunthika kuti alape malingana ndi chiweruzo chimenechi. M'malo mwake yankho lake likuonetsa kudandaula ndi zowawa zomwe adzakumane nazo m'moyo chifukwa tsopano Mulungu wamutemberera.

Ndi kuchokera pa nkhani imeneyi pamene tikuona kapanda mneni wachiwiri wa vesi limeneri yemwe ndi "*Kaini athawa.*" Ichi ndi chiganizo chimene Kaini adasankha yekha. Nkhaniyi ndiyofananirako ndi nkhani ya Yona amene Mulungu anamutuma ku Nineve, koma iye adakana, ndipo adasankha kukwera ngalawa kumalowera ku dziko lina. Chiweruzo cha Mulungu sichidamusunthe Kaini kuti a kalape, akadzipereka ndi kugonjera Mulungu. Dandaulo lake lalikulu pano silakuti waphwanya chiyanjano chake ndi Mulungu, kapena kuti wapha m'bale wake ai, koma kuti moyo wake udzakhala wowawa tsopano.

Pa tsikuli Kaini "*adathawa.*" Kuthawa uku sikunali kuja kongolongeza zovala m'matumba ndi kumapita ku malo ena. Kuthawa uku kwa Kaini kudali kwina koposa apa. Sikuti adasiya banja lake lokha ayi, koma adasiyanso chiyanjano chake ndi Mulungu. Iye adasankha kukhala woyenda-yenda. Iye adasankha kukana chikhulupiriro ndi kuyamba kumachita zinthu mmene angafunire. "*Cholowa*" cha Mulungu kuyamba kuukira mwini wake ndi kuthawa ndi kukayamba kukhala moyo wake wake. Iye adathawa madalitso ndi chiyanjano chake ndi Mulungu ndi kukakhala mfumu pa zofuna zake.

Ichi chinadandaulitsa Mulungu kwambiri amene anamuona Kaini akupita kukayamba moyo wake-wake. Mulungu sadamuletse Kaini tsiku limeneri. Kaini adapanga chiganizo chake. Iye adalandira chilango cha Mulungu ndi kuchokeratu, osabwereranso. Kapanda mneni uyu "*Kaini athawa*" wayenera kukhala chenjezo kwa ife lero lino. Mwina mwake pali machimo amene Mulungu wakhala akukuchenjezani, koma inu simuli okozeka kuti muthane nawo. Kodi ife, ndi upandu wathu wosathekawu, ndi kukana kumvera machenjezo a Mulunguku, tasankha chisankho ngati cha Kaini?

Kaini athawa. "*Cholowa cha mtengo wa patali*" cha Mulungu kuukira ndi kusankha njira yake. Kusiya madalitso ndi chiyanjano ndi Mulungu ndi kuyamba kutsatira zofuna zake. Kaini adasankha kudzikuza koposa ubale wake ndi Mulungu. Iye adasankha kuukira kuposa kugonjera kwa Mulungu wake. Tipemphe Mulungu kuti atipatse mitima yofewa kuti tithe kumvera machenjezo ake. Tiyeni timupemphenso Mulungu kuti atipatse mitima yofewa yotha kumvomereza ndi kulapa tchimo, kuti tisagwe mkulakwa kwa Kaini.

Zoyenera Kuziganizira mwapadera:

- Kodi machimo a Kaini ndi atiwo?
- Kodi Mulungu adamuchenjeza motani Kaini pa zokudza machimo ake ndi zotsatira zake? Kodi mayankho a Kaini adali wotani pa machenjezo a Mulungu?
- Kodi ndi maumboni ati otsimikizira kuti chisankho chothawa Mulungu kudali kufuna kwake kwa Kaini?
- Kodi tili ndi kuthekera kosankha zokhumba zathu? Kodi titha kusankha kuukira Mulungu monga momwe adachitira Kaini? Nanga zotsatira zake zidali zotani?
- Kodi pali machimo ena mmoyo wanga amene Mulungu wandichenjezapo lero lino? Nanga ndi ati machimo

amenewa? Kodi mwayenera motani kuti muthane ndi machimo amenewa.?

Zoyenera Kuzipempherera:

- Tengani kanthawi ndipo mulape machimo anu kwa Mulungu. Mpempheni Mulungu akukhululukireni ndi kukupatsani moyo wodzichepetsa kuti mukayende limodzi ndi Iye.

- Mfuseni Mulungu kuti akuvumbulutsireni zonse zimene zimalepheretsa kuti mukhale pa chiyanjano chopambana ndi Iye

- Ngati mudali nazo nsanje monga Kaini, amene adasankha kuthawa pa maso pa Mulungu, mpempheni Mulungu akukhululukireni ndi kukubwezeretsani ku chiyanjano cha Iye ndi anthu ake.

- Mpempheni Mulungu akuikeni poti musachoke pa chidzalo cha chiyanjano ndi madalitso m'moyo wanu.

4. - KUPEZEKA KWA MULUNGU

Ndipo Kaini anachoka pamaso pa Mulungu. . . (Genesisi 4:16)

Zindikirani ichi, pamene tikupitiriza kuwerenga Genesisi 4:16, vesi imeneyi ikutiuza zakuti Kaini anachoka "Pamaso pa Mulungu." Tiyeni titenge kanyengo pang'ono tikuganizira mawu amenewa.

Mfumu Davide anayankhula pa Masalimo 139:7-12 pamene anati:

7 Kodi ndingapite kuti kufuna kuzemba Mzimu wanu? Kapena Kodi ndingathawire kuti kuchoka pamaso panu?
8 Ndikakwera kumwamba, Inu muli komweko! Ndikakagona kumalo a anthu akufa, Inu muli komweko!
9 Ngati ndiwulukira kotulukira dzuwa, ngati ndikakhala ku malekezero a Nyanja,
10 Kumenekonso dzanja lanu lidzanditsogolera, dzanja lanu lanu lamanja lidzandigwiriziza
11 Ndikanena kuti, " zoonadi, mdima udzandibisa ndithu ndipo kuwunika kukhale mdima mondizungulira,"
12 Komabe mdimawo sudzakhala mdima kwa inu; usiku udzawala ngati masana, pakuti mdima uli ngati kuwunika kwa inu.

Zindikirani ichi pa Masalimo 139:7 mmene Masalimo amagwiritsira ntchito mawu akuti *"Kupezeka."* Awa ndi mawu ofanana ndi amene a Yuda amagwiritsira ntchito pa Genesisi 4:16. Masalimo anatiuza kuti sakanakwanitsa kuthawa pamaso pa Mulungu. Kulikonse kumene amapita, Mulungu anali komweko kumamuyang'ana. Kodi tingamvetsetse bwanji Genesisi munjira yabwino yomwe Masalimo amaphuzitsira? Kodi zikutathauza chani, Kaini kuthawa pa maso pa Mulungu?

Imeneyi sivesi imodzi yokhayo mu Chipangano Chakale yomwe imakamba za anthu akufuna kuthawa pamaso pa Mulungu. Genesisi 3:8 Inalemba za Adamu ndi Hava kubisala pa maso pa Mulungu.

Kenaka munthu uja ndi mkazi wake anamva mtswatswa wa Mulungu. Mulungu akuyendayenda m'mundamo madzulo atsikulo, ndipo anabisala pamaso pa Mulungu, ndipo anabisala pakati pa mitengo ya m'mundamo.

Chinthu chosangalatsa pa Genesisi 3 m'chakuti pamene Adamu ndi Hava anathawa pamaso pa Mulungu kubisala pa mitengo, Mulungu anayankhula nawobe nati:

Mulungu anayitana munthu uja kuti, " Uli kuti?" Iye anayankha, " Ndinakumvani m'mundamo, ndipo ndimaopa chifukwa ndinali maliseche; choncho ndinabisara. " (Genesis 3:9-10)

Nkhani yodziwikiratu ndiyakuti sakanakwanitsa kubisala pa maso pa Mulungu. Pa Genesis 3 timamvetsetsa kuti Adamu ndi Hava amabisala chifukwa anali amaliseche. Mayankho awo ndi a chilengedwe ndithu amene munthu amayankha akakhala ndi manyazi. Amafuna kuti amutalikire Mulungu chifukwa cha mantha ndi manyazi.

Mneneri Yona amene anayesera kuthawa pamaso pa Mulungu. Timawerenga pa Yona 1:3:

Koma Yona anathawa Mulungu ndi kulowera ku Tarisisi. Anapita ku Yopa, kumene anapeza sitima yapamadzi yopita ku Tarisisi. Atagula chiphaso, anakwera sitimayo kupita ku Tarisisi kuthawa Mulungu.

Yona anafuna athawe pamaso pa Mulungu. Chifukwa chake chinali chakuti Mulungu anamuyitana kuti akalalikire ku Ninive koma Yona sanafune kutero. Kachikena onaninso zomwe zinamuchitikira Yona pamene amafuna kuthawa Mulungu.

Ndipo anatenga Yona namuponya m'nyanja, ndipo Nyanja yowindukayo inakhala bata. (Yona 1:5)

Nkhani ya Yona imakhudza Mneneri amene amafuna athawe pamaso pa Mulungu. Koma Yona sakanakwanitsa kuthawa pamaso pa Mulungu. Yona anayesa kuthawa ngati munthu kuti akane kudzipereka kwake ku chifuniro cha Mulungu. Amafuna kuti atalikirane ndi Mulungu ndi mawu ake.

Mwina nanuso munakhalapo munyengo ngati imeneyi. Kapena kusonkhano kumene mzimu wa Mulungu umakuyakhulani mwamphamvu kwambiri nkhani zokhudza mbali inayake ya uchimo yapa moyo wanu. Pamene munakhalabe pa nsokhanopo, kumva kuti mulungu akukuyakhulani kunayamba kukula. Munali okhudzika ndizomwe zimakuchitikirani kodi mwina mudzipereke kuzimene Mulungu amfuna kapena muthawe. Pamene simungapeze malo amene Mulungu sangakupezeni, mudzafunabe kuti mumutalikire ndikukhala kutali ndi mawu ake.

Pali njira zambiri zomwe mungayesere kuti muthawe pamaso pa Mulungu. Adamu ndi Hava anabisala pakati pa mitengo. Lero lino timabisala pa zinthu zina. Ndakumanapo ndi anthu ena amene amakhala otanganidwa ndi ntchito komaso zisangalalo. Ena amabisala kuzokodweretsa zina za m'dziko. Pamene enabe amadzipereka ku zizolowezi ndi zilakolako za mitundu yonse. Pa zonsezi amayesera kukhala kutali ndi kupezeka pamaso pa Mulungu ndi Mzimu Oyera.

Sichinthu chopepuka kuti munthu achoke pamaso pa Mulungu. Amene amakhala pamaso pake ayenera azimugwadira iye. Izi zikutathauza kuti ayenera adzipereke yense kwatuthu kuzolinga zake ndi moyo wake. Ayenera azindikire kuti Mbuye wawo ndi Mfumu ndipo iwo ndi antchito ake. Kukhala pamaso pa Mulungu tiyenera kuzindikira kuti tiyenera kuthana ndi machimo omwe amalakwira lye. Izi zikutathauza kuti tiyenera kuti tife tidzipereka kwa iye kaya ndi panyengo zoopswa

Motani. Kwa amene ali okozeka kuyenda pamaso pake amalonjeza kuwapatsa chimwemwe (onani Masalimo 16:11). Analonjezaso kuti "Ngakhale tingayende muchigwa cha nthuzi wa imfa" adzakhala nafe (onani Masalimo 23:4).

Kaini anapanga chiganizo chake. Anasankha kukhala kutali ndi kupezeka kwa Mulungu. Anasakha kutseka khomo la mumtima mwake kuti Mulungu mulengi wake asalowemo. Ndiye chuma chonse chobisika chanachotsedwa pa iye ndipo anamuchotsa ndi moyo wake. Iyi chonde isakhale nyengo yanu lero lino.

Zofunika kuziganizira mwapadera:
- Kodi tingapite kwina kumene Mulungu sangatione kapena kutipeza?
- Kodi ife ngati anthu timachitapo chani tikati tachititsidwa manyazi kapena tagwa mu uchimo?
- Kodi ndi zinthu ziti zimene timachita kuti tisayendeso ndi Mulungu kapena kumukhumudwitsa?
- Kodi mwakhala mukuyesayesa kuti muchoke pamaso pa Mulungu?
- Kodi zikutathauza chani *"kukhala pamaso pa Mulungu?"* Kodi izi zimafuna ife tizitani? Kodi ndi madalitso ati timalandira pokhala pamaso pa Mulungu?

Zofunika kuzipepherera:
- Muthokozeni Mulungu kuti palibe malo aliwonse amene mungapite amene sanagakuoneni kapena kukupezani.
- Mufuseni Mulungu kuti afewetse mtima wanu kuti mupezekenso pamaso pake. Mfuseni kuti akupatseni mtima wodekha ndi wodzipereka.

- Mfuseni Mulungu ngati pali malo ena moyo wanu amene makana kupezeka kwa Mulungu. Dziperekeni nokha kwa iye lero.
- Mfuseni Mulungu akuonetsereni njira yamene iye amapezekera pa moyo wanu kuti mudzipereke kwatuthu kwa Iye.

5 - KUKAKHALA KU M'DZIKO LA NODI

Ndipo Kaini anachoka pamaso pa Mulungu nakakhala ku dziko la Nodi. (Genesis 4:16)

Genesis akupitirizabe kutiuza, za kuthawa pamaso pa Mulungu, Kaini " Anakakhala ku dziko la Nodi. Mawu awa "kukhala dziko la Nodi" awunikiridwa bwino pa gawo lino. Pali zinthu zina zofunikira kuti tizione pa mawu amenewa.

Pali ma umboni a azimayi ndi azibambo, amene anasochera kwa kanyengo kochepa kanthawi amene anachoka pa choonadi ndi ubale wabwino ndi Mulungu. Amabwerera ndi kudziwadi choonadi kuti sanali okodwa ndikuwukira kwawo ndipo ayenera alape machimo kuti abwerere pa ubale wabwino ndi Mulungu. Ili ndi phunziro pa mwana wolowerera, zomwe zinalembedwa pa Luka. Anachoka manja mwa Atate ake ndi kupita kudziko kukasangalala. Pamene anataya chilichose chomwe anali nacho, anazindikira kuti ayenera abwerere kwa atate ake. Anabwerera mwa ulemu ndipo anakhala monga mwakale ndi abambo ake.

Pa Genesis 13 timawerenga nkhani ya Abrahamu ndi Loti. Madalitso a Mulungu anali ochuluka pa iwo moti malo awo okhala sakanatha kuwakwanira iwo awiri. Loti anasakha kuchoka ndi kumusiya Abrahamu iye anasakha kupita kumzinda wa Sodomu ndi Gomola. Genesis 13:13 amatiuza mene malo amene anasakha Loti analiri:

Tsono anthu a ku Sodomu anali oyipa ndiponso ankachimwira Mulungu.

Loti posakha kuti amusiye Abrahamu, anasakha kuti akasochere, potenga banja lake nakakhala ku mzinda omwe munali anthu oyipa ndi ochimwa. Ngati mene Kaini anasakhira kuchoka pamaso pa Mulungu. Ganizo limeneri linaoneka kukhala loopswa pa moyo wa Loti. Osangonena kuti anataya mkazi wake kamba kokomedwa ndi zindawo ayi, Loti anatayanso chilichonse chomwe anachigwirira ntchito kwa nzaka zambiri. Pa 2 Petro 2:7-8 timava kuti mzimu wake umasautsika pamene amakhala ndi anthu ochimwawa ndi kumawang'an akuchita zoyipa.

Koma Iye anapulumutsa Loti, munthu wolungama, amene ankamvutika ndi khalidwe lonyansa la anthu oyipa. (Pakuti munthu wolungamayo, pokhala pakati pawo tsiku ndi tsiku ankamvutika mu mtima ndi makhalidwe awo oyipa amene ankawaona ndi kuwamva).

Loti samakhala osangalala pa kuchoka pamaso pa Mulungu. Komaso chiganizo chodzikonda nacho yekha, chomwe sichinali chabwino kwa iye ndi banja lake. zimawaonongera "*mtendere wawo.*"

Zindikirani chomwe Gensesi 4:16 akutiuza chokhudza Kaini. Pochoka pamaso pa Mulungu Kaini "anakhala" mdziko la Nodi. Kutathauza kuti kumeneko anakamera mizu ndi kukhala ndi banja ndi ana.

Ganizo la Kaini lochoka pamaso pa Mulungu, sirinakabweretsa zoopswa pa iye yekha komaso pa mitundu yobwerayo. Mibadwo yatsogolo inakhala yopanda madalitso a Mulungu kumakhala osamudziwa Mulungu. Zosangalatsa zakuti tisanapitirize nkhani ya Adamu ndi Hava, Genesisi 4 anafotokoza za mibadwo ina isanu ya Kaini paka kufika kwa munthu wina dzina lake Lameki. Mvetserani zomwe Genesis 4:23-24 akutiuza zokhudza munthu ameneyi:

23 Lameki anawuza akazi akewo kuti,
" *Ada ndi Zila, ndimvereni inu akazi anga imvani mawu anga Ine ndinapha, munthu chifukwa anandipweteka Ndinapha m'nyamatayo chifukwa anandimenya. 24 Ngati wopha Kaini*

amulipsira kasanu n'kawiri, ndiye wopha ine Lameki adzamulipsira kokwanira."

Zomwe amaganizira Lameki ndi zosangalatsa chifukwa zikukamba za kuphedwa kwa kanyamata kachichepere, zimene Kaini ngati nkholo lawo anachita zaka za mbuyomo. Zimationetsa zotsatira za tchimo la Kaini kwa mibadwo yotsatirayo. Iwonso anali atasiyana ndi Mulungu wawo ndi njira zake.

Kaini anasakha kuchoka pamaso pa Mulungu. Ganizo lake lokakhala ku Nodi linali loyipitsitsa. Ngati panali chinthu choyipitsitsa kuposa kuchoka pamaso pa Mulungu linali ganizo lokakhala ku nodi ndikukhala komweko osadzabwereranso. Kaini anakamwalira atachoka pamaso pa Mulungu ndi kupereka mbewu kwa mibadwo imene inakakula opanda nzeru ndi madalitso a Mulungu. Chinali chiganzo choyipa ndithu.

Zindikirani ichi kuti Kaini anachoka nakakhala ku mzinda wa Nodi. Pa chi Yuda mawu akuti *"Nodi"* amatathauza *"kusochera."* Kaini anakakhala dziko la kusochera. Anayika maganizo ake kuti kumeneku ndi kumene iye adzakhale. Adzamerako mizu kumalo osocherawo. Adzasochera kuzolinga za Mulungu. Adzasochera ku nzeru za Mulungu. Adzasochera ku chipangano chabwino ndi Mulungu. Adzasochera ku madalitso a Mulungu. Malo opanda chondewa amene Kaini amawatchula kuti kumudzi wake. Uku ndi kumene anakalerako ana ake. Amadziwa chilungamo koma palibe chomwe anakachitapo pa izi.

Mulungu sanamuletse Kaini. Anapatsa ufulu wopanga chisankho pa ichi. Kaini anapanga izi mwakufuna kwake, anasakha kukhala mu dziko la Nodi. Adzakhala kumeneko mpaka imfa yake, osabwereranso kuzofuna za Mulungu pa moyo wake kuti abweretse madalitso pa moyo wa banja lake.

Kusochera sitchimo la osakhulupirira okha. Ngakahale okhulupirira angathe kukhalanso ochimwa. Nthawi zonse zomwe tasakha kuyenda muchifuniro chathu, timasochera pakupezeka kwanthu pamaso pa Mulungu. Mpingo wa ku

Laodicea mu Chimvumbulutso 2 unali pamulandu chifukwa chotaya chikondi chawo chapoyamba. Anali atasokera pamaso pa Mulungu. Mpingo ungathe kutaya masophenya ake. Okhulupirira angathe kutaya chimwemwe chawo. Tingathe kusochera kuzofuna zake ndi kutaya zonse zomwe Mulungu anatikozera. Ngakhale okhulupirira agathe kukhalaso mu dziko la Nodi.

Nodi ndi malo a anthu owukira ndi osochera; malo anthu amatama ndi odzikweza, kutali ndi madalitso a Mulungu. Kukhala pamaso pa Mulungu kumafunika kudzipereka kwa Mulungu ndi ku zolinga zake pa moyo wathu. Siwina aliyense angakwanitse zimenezi.

Timadzifusa tokha kuti: Kodi chingamupangitse munthu kuti azikana pamaso pa Mulungu, ndi kukhal muzinda wa Nodi chani? Timadziwa, kuti mayesero mumtima mwathu amasitha thupi. Nthawi zambiri ndi kudzikweza kwathu komwe kumapangitsa kuti tichoke pamaso pake. Mwana olowerera anabwerera kwa atate ake. Loti anatulutsidwa mu m'zinda wa Sodomu ndi Gomola, koma Kaini anasakha kukhala mukusokera kwake. Kodi nanga inu munasakha chani?

Zofunika kuziganizira mwapadera:

- Kodi akusiyana chani Loti, mwana wolowerera ndi Kaini?

- Kodi mawu akuti "Kukhala" akutathauza chani pa Genesis 4:16? Kodi izi zikutiphunzitsa chani pamaganizo a Kaini? Kodi munakumanapo ndi anthu amaganizo ngati a Kaini?

- Kodi ganizo la Kaini linabweretsa zotsatira zotani kumibadwo ya tsogolo? Kodi nanga ziganizo zanthu zimabweretsa zotsatira zotani kwa ana athu ndi mibadwo ikubwerayo?

- Kodi "Nodi" amatathauza chani. Kodi nanga zimatiphunzitsa chani pa ganizo la Kaini?
- Kodi chimatipangitsa chani kuti titayike ndi kusephana ndi Mulungu?

Zofunika kuzipepherera:

- Kodi madziona ngati ndinu osochera pamaso pa Mulungu lero lino? M'pepheni Mulungu kuti akupatseni chifundo chake kuti muchoke mukusokera kwanu ndi kubwerera kwa Iye.
- M'pepheni Mulungu kuti akukhululukireni chifukwa cha kusokera kwanu. Mfuseni kuti mukhale modzi obweretsa zotsatira zabwino ku mibadwo ikubwerayo.
- Mfuseni Mulungu kuti akutsekuleni mtima wanu kuti muone malo amene simadzipereka kwatuthu kwa iye
- Muthokozeni Mulungu kuti nkhomo lake ndilotsekula kuti tibwere pamaso pake ndikulandira

6 - KUMAWA KWA MUNDA WA EDENI

Ndipo Kaini anachoka pamaso pa Mulungu nakakhala ku dziko la Nodi, ku mmawa kwa Edeni (Genesis 4:16)

Tiyenera tizidikire mene Kaini anasakhira kuchoka pamaso pa Mulungu ndi kukakhala ku dziko la Nodi. Pali chinachake choyenera tichidziwe mu vesi imeneyi. Zindikirani kuti Nodi ili *"Ku mmawa kwa Edeni"*

Edeni anali malo amene Mulungu anaikamo Adamu ndi Hava. Kunali kumeneku Kumene amakhala mwatendere ndi kuphanthana kwatuthu ndi Mulungu ndikumakwaniritsa zolinga zake. Ndi M'munda wa Edeni, mene Kaini ndi makolo ake amalandira madalitso onse ndi ukulu wake wa mulungu koma tchimo linabwera ndi kuwononga ubale wawo wonse ndi Mulungu.

Mawu akuti *"Edeni"* muchi Yuda amatathauza *" M'dalitso"* Mulungu anayika Adamu, Hava ndi ana awo munda wa madalitso ndi chisangalalowa. Pali china chake chabwino pano. Pakuwayika Adamu ndi Hava mu "Edeni" Mulungu anawaonetsa cholinga chake ndi miyoyo yawo. Mulungu amafuna awadzadze ndi madalitso, kuwadzadzanso ndi chimwemwe. Anadzadza moyo wawo ndi zinthu zabwino ndi kusakha kukhala pa ubale wabwino ndi Mulungu.

Kodi nanga chifukwa chiyani Mulungu anasakha kumuyika Adamu ndi Hava munda wa Edeni? Kodi chinamupangitsa ndi chiyani kuti azipatse zolengedwa zake chimwemwe choterechi? Kodi nanga chifukwa chiyani anasakha kuwakonda ndi kuwazindikiritsa?

Mulungu alibe malire kwa ife, Iye ndi woyera ndiwamkulu amene amadikira kumvera kwanthu ndi ubale wanthu. Iye ndi Ambuye wa mafumu. Izi zinapangitsa Edeni kukhala odabwitsa. Edeni ndi mphatso ya Mulungu kwa anthu omvera Iye. Inali mphatso ya mtengo wapatali ya Mulungu kwa zolengedwa zake. Ndiposo ya chikondi chake kwa ife anthu.

Ngakhale anali asananene, Edeni chinali chifuniro cha Mulungu kwa anthu ake. Anapanga zonsezi kuti akhutiritse mitima yathu. Anapnaga zonsezi kuti akhale wakulu ndi wa madalitso amene simungawadziwe. Cholinga chake pachiyambi pa nthawi chinali chakuti tizikhala munda wa Edeni odzadza ndi zokodweretsa ndi kumalandira kupezeka kwake kwatuthu kwa ife. Anapnga zosezi kuti atidzadze ife, chifukwa amadziwa kuti ndichiti kwenikweni chimabweretsa chimwe ndi chisangalalo kwa ife.

Kaini anakhaala kumawa kwa Edeni. Anasakha kukhala kunja ndi mudzanja la Mulungu. Anakhala chifukwa cha chinthu china chaching'ono kuposa zomwe Mulungu. Kodi nanga inu? Kodi mwakhala mukupanga chinachake kuposa zomwe Heyova amafuna? Kodi mwakhala kunja kwa Edeni?

Sindife oyenera kulandira chisamaliriro chonse chomwe Mulungu amafuna. Ndimadziwa kuti ine pokhala ochimwa ndiponso ozindikira kuti sindinapange zomukodweretsa Mulungu. Ndakanika kuyenda ndi Mulungu, kuyakhula ndi kupanga zinthu zomukwiyitsa Iye. Koma panakakhala kuti palibe kukhululuka kwake ndi chifundo chake, ndikanakhala opanda chiyembekezo. Inde, sindikukwaniritsa chifuniro chake cha Mulungu. Chilungamo cha nkhaniyi chakuti, pakuti Mulungu anandirenga ine kuti ndi dzasangalale mwa iye ndi kupeza kuwala ndi kukhutitsidwa mwa iye. Kwa munthu osavera ngati mene ndililimu, uyu ndiye mtima wa Mulungu kwa ine. Sindikuyenera ndi onjezere zina pakuukira kwanga, tchimo lomukana iye kulowa mwa ine ndilokwanira.

Linali tchimo lomwe linamuchotsa Kaini pamaso pa Mulungu. Kudzera mwa mwana wake Yesu Khristu, Mulungu anachotsa chotchinga chathu tchimo kuti timulandire kachikena kwamuyaya. Mulungu anali osasangalala ndi khani imeneyi mpaka anamvomereza kupereka mwana wake modzi yekha kuti zibwezeretsedwe.

Tchimo ndiye chotchinga chathu ndi chifundo cha Mulungu. Mulungu amatipatsa mwayi wina olandira chikodwerero chake. Kuyakhula kumtundu wa anthu ake nthawi imeneyo Yesu anati:

> *Ngati munthu ali ndi ludzu, abwere kwa ine adzamwe, Malemba akuti, 'Aliyense amene akhulupirira Ine, mitsinje yamazi amoyo idzatuluka kuchokera kamwa mwake.'*
> *(Yohane 7:37-38)*

Yesu anapitiriza nati pa Yohane 10:10:

> *Mbala sibwera chabe koma kuti idzabe, kupha ndi kuwononga. Ine ndabwera kuti iwo akhale ndi moyo ndikukhala nawo wochuluka.*

Zindikirani chomwe Yesu akunena ma vesi amenewa. Pamene tapita kwa iye ndikumukhulupiria, amakoza mitsinje ya madzi amoyo mitima mwathu. Madzi otsuka ndi achisangalalowa amakhutitsa ludzu lakuya la mzimu wathu. Akutikumbutsa kuti anabwera padziko lapansi kuti adzapereke moyo. Kodi mukukumana ndi mitsinje ya madziyi lero? Kodi mukusangalala ndi moyo umene Yesu anabwera kudzapereka?

Tingathe kuona bwino chisangalalo chomwe Paulo anali nacho pokhala pa ubale ndi Mulungu kutengera mene ananenera pa Afilipi 1:21: *"Pakuti kwa ine kukhala ndi Khristu ndipo kufa ndi phindu."* Chisangalalo cha Paulo kwa iye unali ubale ndi Ambuye Yesu. Kusiya moyo uno ndi chilichonse chomwe ulinawo ndikudzipereka manja mwa amene amakonda.

Osatengera zomwe zinamuchitikira pa moyo wake: Mtumwi Paulo anadziwa za chikodwerero chake ndi Mulungu polaemba pa Afilipi 4:13 anati: *"Ndikhoza kuchita chilichonse kudzera mwa Iye amene amandipatsa mphamvu."* Paulo anakumana ndi zotchinga zambiri moyo. Anavutika kwambiri kuposa Mtumwi wina aliyense ndipo anaphedwa chifukwa cha chikhulupiriro chake pa.

Kodi ndi chisangalalo chotani chomwe chingatidziwitse kuti pali mulungu okwaniritsa pa moyo wathu ndi utumiki wanthu. Izi sizikutathauza kuti chilichonse chikhala chopepuka kwa ife. Ndinazindikira mwakuya kuti mphamvu za Mulungu zinadziwika pamavuto ndi mayesero amoyo wathu. Nthawi zambiri imakhala nthawi ya mavuto imene timaona mphamvu zake.

Chisangalalo chachikulu cha Edeni chimabwera pa ubale wabwino ndimulengi wathu amene amayenda nafe mundamo. Kudzera mwa Yesu tingathe kusangalalabe ndi zokodweretsa za Mundawo. Mulungu amafiuna atabwezeretsa chilichonse chomwe tinachitaya cha Mundamu. Amafunafuna atabwezeretsa ubale wabwino. Amatipatsa chilichonse chomwe tikufuna kuti tione kupezeka kwake kwatuthu ndi cholinga chake ndi miyoyo yathu.

Mfuso lomwe tiyenera tidzifuse ndi iri: "Kodi tikuona zokodweretsa za Edeni lero?" Kodi tikuyenda pa ubwezi wabwino omwe Mulungu amatifunira? Tinalengedwa kuti tidzakhale mu Edeni. Tinalengedwa mwapadera ndi Iye ndi cholinga chake. Kodi tinakhala pachina kusiya iye?

Zofunika kuzoiganizira mwakuya:

- Kodi mawu akuti "Edeni" amatathauza chani? Kodi izi zimatiphuzitsa chani pazolinga za Mulungu ndi Moyo wathu?
- Kodi chimatipangitsa chani kuti tiziona zokoma zinabe za Eden lero lino?

- Kodi timamvomereza kuti Mulngu atisunge ndi kutidzadza ndi madalitso ake? Kodi ndi tchimo lomwe limatipangitsa kuti tisakhale odzipereka kwatuthu kwa Mulungu?
- Kodi chifukwa chani tasakha kukhala mu dziko la Nodi komaso osalandira zokodweretsa za munda wa Edeni?
- Kodi mwadzipereka kwatuthu kuzolinga za Mulungu ndi moyo wathu? Kodi mukufunika mutani kuti musangalale ndi kudzipereka kumeneku kwakukulu?
- Kodi tiyenera kukumana ndi zokhoma, zosokoneza ndi chisoni mudziko lino? Kodi tingathe kudziwa chikodwerero ndi chisangalalo cha Mulungu munthawi imeneyo?

Zofunika kuzipepherera mwapadera:

- Kodi timakumana ndi zoyesa zotani mwa Yesu lero lino? Tengani kathawi yomuthokoza Ambuye chifukwa cha chisangalalo chomwe amabweretsa.
- Mfuseni Ambuye kuti akuwonetso kuti ngati muli ndi mbali ina yomwe kuwala kwake ndi chikodwerero chake sichimapezeka. Mupepheni kuti akuphuzitseni kukodwera mwa iye kumbali imeneyi.
- Muthokozeni Ambuye kuti ngakhale tikukhala mudziko la uchimo limeneri, Tingathebe kumakumana ndi zokodweretsa za Edeni. Pepheni Mulungu kuti akuthandizeni kuti muwone zokodweretsa zochuluka pamene mukukula pakuyenda naye.

7 - KUKHALA CHIDZALO CHA EDENI

Muchaputala chomalizachi, ndikufuna kuti ndiwunikirenso pazomwe taphuzira pa Genesis 4:16 zokhudza kukhala m'chidzalo cha cholinga cha Mulungu. Titha kulemba buku pa lokha pa mutu umenewu. Komabe lli ndi phunziro lozukuta Genesis 4:16. Ndi masomphenya anga kuona kuti kodi vesi imeneyi yatiphuzitsa chiyani. Yiyeni timalize pofupikitsa vesili ndi nkhaniyi kuti tidziwe chomwe vesi imeneyi yatiphuzitsa.

TINALENGEDWA KUTI TIZIKHALA MU EDENI

Chinthu choyambirira chomwe taphunzira pa Genesis 4:16 m'chakuti Mulungu anatilenga kuti tidzakhale m'chidzalo cha Edeni. Mulungu anamuyika Adamu ndi Hava mmunda wa Edeni kuti adzalandire zokodweretsa, madalitso ndi kukonderedwa konse. Koma tchimo linawachotsa m'dzanja la Mulungu ndi zokodweretdsa za Edeni. Koma kudzera mwa Mwana wake Yesu timalandira, madalitso a ku Edeni lero lino. Malembo Oyera akufotokoza za madalitso amenewa.

Paulo anayankhula kwa Afilipi zokhundza mtendere omwe udzadutsa kumvetsetsana konse pa Afilipi 4:7. Yakobo akutiuza kuti Ambuye Mulungu adzatidzadza ndi nzeru ngati tingamupemphe (Yakobo 1:5). Paulo ananena kuti iye amatha kupanga chilichonse ndi mphamvu za Yesu Khristu zomwe zinali mwa iye (Afilipi 4:13). Yesu analonjeza kuti onse amene adzakhulupirire mwa iye adzalandira mitsinje ya madzi amoyo yotumphukira m'miyoyo yawo (Yohane 7:38). Yesu akukumbutsa ophunzira ake kuti Atate anali olemekezedwa pamene ophunzira ake anatulutsa zipatso zochuluka m'miyoyo yawo (Yohane 15:8). Iye analonjezaso kuti ngati tipempha chilichonse mudzina lake adzatipangira (Yohane 14:14). Awa ndi ochepa mwa ma vesi amene amakamba za madalitso aku Edeni amene tingathe kukumana nawo mu dziko muno. Yesu anabwera kudzabwezeretsa madalitsowa kwa ife. Iye anapereka moyo wake kuti tidziwe za kupereka kwatunthu kwa zokodweretsa pamene tikuyenda tsiku ndi tsiku mwa Iye.

Pamene tikufuna kulandira chidzalo cha Edeni lero, choyamba tikuyenera kukumbukira kuti tinalengedwa kuti tidzakhale mu Edeni ndipo kuti chikodwerero ndi chimwemwe chathu chachikulu pa moyo wathu chidzapezeka pamene pali Mulungu ndi pa madalitso ake. Tikuyenera tivomereze kuti ichi ndi cholinga chomwe anatilengera. Anatirenga chifukwa cha madalitso ake. Tinalengedwa kuti tidzakhale mu Edeni koma tchimo linatisokoneza. Mulungu sanatisiye chabe, koma anatumiza Mwana wake kuti adzatipulumutse kuti madalitso amenewa abwerere kwa ife. Sindife oyenera kuti tilandire zimenezi, koma Mulungu anatikonda ndipo amafuna atatidzadza ndi chikondi chake, ndikukuziriza ufumu wake.

NDIFE AKE A MULUNGU

Chinthu chachiwiri chomwe taphuzira pa Genesis 4:16 chikupezeka pa chifukwa chimene amayi ake anamutchula dzina kuti akhale Kaini. Kaini anali cholowa cha Mulungu. Ngati tikufuna kulandira chidzalo cha Edeni, tayenera kuti tithetse izi mmaganizo ndi mzolinga zathu. Sindife a ife tokha. Tinalengedwa ndi Mulungu ndipo ndife ake a Mulungu. (Aroma 11:36). Paulo akutikumbutsa ife pa 1 Akorinto 6:20 kuti tinagulidwa ndi mtengo wapatali yomwe ndi ifa ya Mwana wake. Ifa yake inatipulumutsa kumachimo ndipo inatipanga kukhala ana a Mulungu. Ndife ake ndipo iye ndi Mbuye ndi tsogoleri wathu.

Ngati akapolo a Mulungu, cholinga chanthu ndikulemekeza ndi kuyeretsa dzina lake. Ngati tikuyenera kulandira chidzalo cha madalitso, tiyenera kukhala okozeka kufa kuzolinga zanthu ndi kudzipereka kwa Iye ndi zolinga zake. Mpaka pamene tadzipereka kwa iye ndi kumvomereza chilungamo chimenechi, sitingakwanitse kulandira madalitso amenewa pamoyo wathu. Podzipereka kwatunthu ndi pamene tingalandire madalitso ochuluka aku Edeni. Mulungu akuyenera anditenge ine ndi zonse zomwe ndili nazo. Akuyenera ayendetse chilichonse chapa moyo wanga ndiye. Sindidzawona chidzalo cha Edeni ngati sindimulola kuti akhale Mbuye ndi m'busa wa moyo wanga.

MADALITSO ODZADZA A KU EDENI ALI MUKUPEZEKA KWA MULUNGU KOKHA BASI

Chinthu cha chitatu chomwe tikuchipeza pa Genesisi 4:16 chokhudza kukhala m'madalitso a Edeni zikupezeka muzomwe zinamuchitikira Kaini anachoka pamaso pa Mulungu. Pamene Kaini anachoka pamaso pa Mulungu anasiya madalitso a Mulungu. Mukuona kuti madalitso a Edeni amapezeka pamene pakhala Mulungu. Edeni samapereka madalitso koposa kuchokera kwa Mulungu.

Pali anthu ambiri amene amafuna kuti azilandira madalitso a Mulungu koma amakana kukhala ndi Iye. Kukhala pamaso pa Mulungu kuthawana ndi uchimo wathu. Kuti tikhale pamaso pake zikufunika tithane ndi chilichonse comwe sichimamusangalatsa Mulungu. Kukhala pamaso pake ndi kudzipereka kuzolinga zake. Sikuti ndi aliyense amafuna kupanga zimenezi. Ambiri amafuna madalitso komaso amafuna azikhala kudziko la Nodi komwe ndi kutali ndikopezeka Mulungu.

Simungamusiye Mulungu m'mbuyo ndikumati mulandira madalitso ake. Iye ndiye madalitsowo. Ndi mtendere ndi chimwemwe chake chomwe chimatidzadza. Ndi mphamvu ndi nzeru zake zimene zimatitsogolera. Pamene mwachokapamaso pa Mulungu mwachokaso kumadalitso ake.

Ngati mukufuna madalitso a Mulungu mukuyenera kufuna Mulungu.

Ngati mukufuna kudziwa madalitso a Mulungu kumbali zonse za moyo wanu, mukuyenera kumulira Mulungu akhale mbali imodziso ya moyo wathu. Akuyenera apatsidwe mpata kumalingaliro ndi zolinga zathu. Akuyenera akhale nawo mbali ya banja lanthu, moyo wathu komaso ntchito yathu. Kupezeka kwake kukuyenera pa chilichonse chomwe timachita. Tikuyenera kuti tilumbire kuti sitidzasiya kapena kuchoka pamaso pake. M'pakupezeka kwake kokha pamene tingalandire madalitso a ku Edeni.

TISAKHUTITSIDWE NDI NODI

Pamapeto pa zonse, dziwani kuti Kaini "*anakakhala*" ku dziko la Nodi (dziko losochera). Kaini anasankha Nodi kukhala mudzi wake, ndipo iye anakhutitsidwa ndi kukhala kumeneko. Ndakumanapo ndi okhulupirira amene amakhutitsidwa ndi kukhala mu Nodi. Sindikunena kuti akuwukira Mulungu ndi zolinga zake munjira ina iliyonse ya mwano ayi. Ndikunena kuti, asankha ndipo akhutitsudwa ndi kukhala kumeneko. Malingaliro awo okumana ndi madalitso aku Edeni afufutika. Chikhumbokhumbo cha pa Mulungu ndi cholinga chake "*Zakhala pansi.*" Iwo sanakwanitse zomwe Mulungu amafuna ndipo amakhala osangalala ndikumene akukhalako. Pali mphatso za Mzimu zomwe sizidagwiritsidwe ntchito mwa iwo. Pali malire pa moyo wawo wa Uzimu umene sunadziwike.

Pali nkhondo zomwe simunazimenye ndipo zipambano zake sziimunatengedwe. Akuoneka kukhala okhutitsidwa kumakhala mumthuzi wa Edeni ndi kumalandira timadalitso tochepa ta chidzalo cha, Mulungu. Amayang'ana patsogolo za moyo wawo, koma ndi kumawona zochepa zokha za chisangalalo cha Edeni. Zokodweretsa zoomwe analandirako za ku Edeni zimaoneka kukhala zowakwanira.

Nodi ndiyesero kwa ife tonse. Kukakhala "*kum'mawa kwa Edeni*" zikuoneka ngati zabwino. Koma zikungotichotsa pamaso pa Mulungu. Tsono m'malo mwake Nodi ndi mtsinje osayenda. Ndi malo amene zaka zimatha mutsinje momwe mphatso ndi mwayi zinatayika. Mulungu akutiitana ife lero kuti titsekue mitima yathu kuti alowemo. Musalole kuti mtima wanu ukhazikike mu Nodi. Musakhale okondwera ndi zinthu zobalalitsa.

Lirirrani kwa Mulungu lero ndipo mulire kuti: "*Ambuye, ndikufuna kupezeka kwanu pa ine. Koma sindikufuna kuchoka pamaso panu.*" Kodi ndi okhulupirira angati amene amakhala kuja ndi kumene akupezekera lye? Amakhala osafuna kupezeka kwa Mulungu ndi chidzalo chake. Anakhala ku Nodi kumene kulibe madalitso. Moyo wa chi Khristu ndi gulu la malamulo koma osati kumvomera ndi mtima wonse. Kupambana ndi mwayi koma sumafuna chilungamo. Uwu ndiye moyo wa Kumawa kwa munda wa Edeni. Pokhapo pamene Mulungu alipo madalitso ake ndi oonadi.

Tipemphe Mulungu atipatse chifundo chake kuti tipewe mayesero okakhala ku Nodi. Pamen ife tinalengedwa ndi kupulumutsidwa ndi Mwana wake kuti tilandire madalitso a munda wa Edeni.

Zofunika kuziganizira mwapadera:

- Kodi ndi maumboni ati amene ali m'Malembo Oyera amene amakamba zakuti tinakozedwa kuti tizikakhala madalitso a Edeni? Kodi ndi ati ena mwa madalitso amene Mulungu analonjeza kuti adzapereka kwa amene akukhala mu Edeni?

- Kodi zikutanthauza chani tikanena kuti kukhala ngati mmene Mulungu amafunira? Kodi nanga kukhala ogonja pamaso pa Mulungu zimatsekula bwanji madalitso onse Mulungu?

- Kodi tingathe kulandira madalitso a Mulungu koma tili osochera?
- Kodi tingamupange bwanji Mulungu kukhala mbali imodzi ya zinthu zomwe timapanga?
- Kodi mumakhalapo ndi chinthu chinachake chomwe mumachikonda kuposera Mulungu? Kodi muli ozindikira za kupezeka kwa Mulungu pachilichonse chimene mumachita? Mfotokozerani.

Zofunika kuzipepherera

- Tengani kantahawi komuthokoza Mulungu chifukwa cha mmene anatidzadzira ife ndi chisomo chake ndi kutigwirirtsa ntchito za ulemu wache.
- M'pempheni Mulungu kuti akupatseni chisomo kuti mudzipereke kwatunthu kwa Iye ndi zolinga zake pa iwe. Mfuseni kuti akuonetsereni malo ena omwe simachita bwino posadzipereka kwa Iye.
- M'pepheni Mulungu kuti akhale nanu pachilichonse mumachita. Mfuseni kuti akhale nanu mmaganizo, zolinga ndi machitidwe anu.
- M'pempheni Mulungu kuti akupatseni kukhudzika kweni-kweni kuti mukhale mmene amafunira mwini wakeyo. Perekani moyo wanu ndi chilichonse chanu kuti achigwiritse ntchito mmene amafunira mwini wakeyo.

Light To My Path Book Distribution

Bungwe la Light To My Path Book Distribution(LTMP) limalemba ndi kugawa mabuku kuti afikire anthu osowa amene akugwira ntchito ya Mulungu ku Asia, Latin America ndi Africa. Anthu ogwira ntchito ya Mulungu m'mayiko amene akutukuka kumene alibe kuthekera kotha kupeza maphunziro abwino a Baibulo, kapena kugula kumene zipangize za mautumiki awo ngakhaleso za iwo eni. M'bale F. Wayne Mac Leod ndi membala wa bungwe la Action International Ministries, ndipo iye wakhala akulemba mabuku awa ndi cholinga chowagawa aulere kapena kugulitsa pamtengo wosaboola mthumba kwa azibusa ndi anthu ena omwe amene akugwira ntchito ya Mulungu pa dziko lonse lapansi.

Lero lino, mabuku ake zikwi zikwi akugwiritsidwa ntchito polalika, pophunzitsa, posodza anthu ndi kulimbika anthu pa moyo wa Uzimu m'mayiko oposa 60. Mabukuwa lero atanthauziridwa mziyankhulo zambiri m'mayiko osiyanasiyana. Cholinga chake ndichoti mabukuwa afikire anthu ambiri pa dziko lonse lapansi pano ngati kutakhala kutheka.

Utumiki wa LTMP umadalira chikhulupiriro ndi kudikira kwa Mulungu kuti upeze zipangizo zogawira mabukuwa kuti akalimbikitse and kulangiza anthu okhulupirira pa dziko lonse lapansi pano. Kodi mungapemphere kwa Mulungu kuti atsegule makomo kuti mabukuwa atanthauziridwe mziyankhulo zambiri ndi kugawidwa mwakathithi m'madera ambiri pa dziko lapansi lino.?

Kuti mudziwe zambiri za utumiki wa Light To My Path(LTMP) chonde onani pa tsamba la makina a intaneti la www.lighttomypath.ca

www.ingramcontent.com/pod-product-compliance
Lightning Source LLC
Chambersburg PA
CBHW052126070526
44586CB00016B/2108